T0128623

TALK AND LEARN

SIMPLE SWAHILI

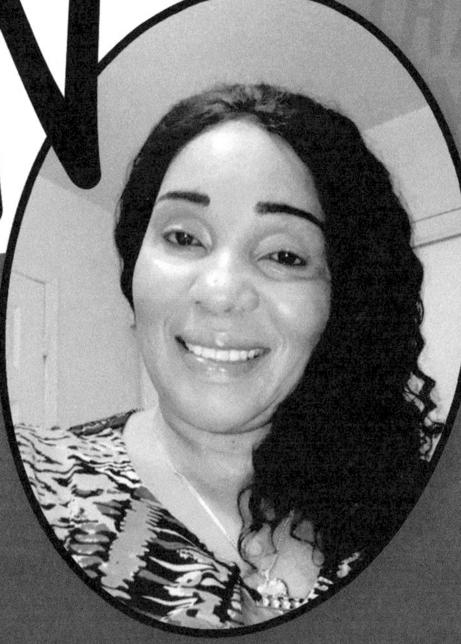

JOSEPHINE SLAA

TALK AND LEARN SIMPLE SWAHILI

iUniverse books may be ordered through booksellers or by contacting:

iUniverse
1663 Liberty Drive
Bloomington, IN 47403
www.iuniverse.com
844-349-9409

Because of the dynamic nature of the Internet, any web addresses or links contained in this book may have changed since publication and may no longer be valid. The views expressed in this work are solely those of the author and do not necessarily reflect the views of the publisher, and the publisher hereby disclaims any responsibility for them.

Any people depicted in stock imagery provided by Getty Images are models, and such images are being used for illustrative purposes only. Certain stock imagery © Getty Images.

ISBN: 978-1-6632-2700-3 (sc)
978-1-6632-2701-0 (e)

Library of Congress Control Number: 2021917826

Print information available on the last page.

iUniverse rev. date: 08/26/2021

Kiswahili ni lugha inayotumika katika nchi za Africa Mashariki. Tanzania, Kenya, Uganda, Rwanda, Congo na Burundi. Watalii wengi hupenda kuzitembelea hizi nchi.

Nchi hizi zimebarikiwa na Mbuga kubwa za wanyama, Mlima mkubwa (Mt. Kilimajaro Uliopo Tanzania) na Rasilimali nyingi. Ufikapo katika nchi hizi zipo fursa nyingi.

Kiswahili is the language spoken in countries in the East of Africa (Kenya, Uganda, Rwanda, Burundi, and Congo). The process of making Swahili the African language is ongoing. Many tourists, investors, and researchers visit these countries every year.

Learn Kiswahili to enjoy your stay while visiting these countries. Learn Kiswahili as an additional language.

CONTENTS

1. Salamu—Greetings and Replies to Greetings.................. 1

2. Majina ya vyakula—Names of Foods....................3

3. Namna ya kuagiza chakula—How to Order Food and Drinks 4

4. Namna ya kuuliza juu ya usafiri—How to Ask for Transportation...6

5. Mazungumzo ya kawaida—Casual Conversation..............8

6. Maneno yanayotumika sana—Common Words..................9

7. Maneno jamii imezoea—Most Cultural Words Used 10

8. Majina ya maeneo—Names of Places.........................12

9. Names of Animals and Things 14

10. Mazungumzo kama ni mtalii—Tourist Conversation 18

11. Mazungumzo kama ni muwekezaji—Investor Conversation 19

12. Namna ya kumaliza mazungumzo—How to End a Conversation 21

KARIBU TUJIFUNZE KUZUNGUMZA KISWAHILI
GREETINGS

Habari yako—Hello, how are you?

Habari ya asubuhi—Good morning.

Habari ya mchana—Good afternoon.

Habari ya jioni—Good evening.

Casual greetings

Mambo—Hey, hi!

Niaje—What's up?

Poa—OK!

REPLIES TO GREETINGS

Sijambo—I am doing fine.

mambo safi—I am doing well.

Umelala salama?—How was your night? Did you have a good sleep?

Umeamkaje?—How is your morning?

Umeshindaje?—How was your day?

Asante Nimekuwa na siku njema—Thank you. I had a good day.

Nilipata chakula kizuri—I enjoyed my food (lunch or dinner).

Jioni njema—Have a good evening.

Usiku mwema—Good night.

Tuonane kesho—Let's meet tomorrow.

NAMES OF FOODS

Wali—Rice

Nyama—Meat

Nyama ya ngombe—Beef

Nyama ya nguruwe—Pork

Samaki—Fish (seafood)

Mboga za majani—Vegetables

Mbogamboga—Vegetable salads (you have to explain what type of salad you want)

Nyama choma—BBQ

Mayai—Eggs

Mkate—Bread

Mahindi—Maize

Maharage—Beans

Karanga—Groundnuts

Korosho—Cashews

Supu—Soup

Mlo wa asubuhi—Breakfast

Mlo wa mchana—Lunch

Mlo wa jioni—Dinner

HOW TO ORDER FOOD AND DRINKS

Hotel—Restaurant

Baa—Pub

Note: Swahili culture has all types of food, prepared in different ways and spices.

Ningependa kupata chakula—I would like to have food.

Kuna chakula gani?—What type of food do you have?

Ningependa kuona menu—I would like to see the menu.

Mnachakula kizuri—The menu looks interesting.

Ningependa kuagiza ...—I would like to order ...

Mko na vinywaji gani?—What types of drinks do you have?

Ningependa kuagiza vinywaji pia—I would like to order drinks too.

Naomba kujua vinywaji vilivyopo—I would like to know the types of drinks you serve.

Ningependa kupata chai—I would prefer to have tea.

Ningependa kupata chai ya maziwa—I would prefer to have tea with milk.

Ningependa kupata kahawa—I would prefer to have coffee.

Ningependa kupata kahawa bila chochote—I would prefer plain coffee with no sugar or milk.

HOW TO ASK FOR TRANSPORTATION

In the countries you may visit, there are all types of transportation to allow you to be mobile.

Dereva—Driver

Dereva wangu—My driver

Naweza kupata taxi?—Is it possible to get a taxi?

Kuna usafiri gani naweza kutumia hapa?—What kind of transportation can I use to get around?

Dereva taxi—Taxi driver

Nigependa kupata gari ya kukodi nijiendeshe—I would like to rent a car and drive myself.

Naweza kutumia usafiri wakawaida?—Can I use public transportation?

kituo cha usafiri wa kawaida?—The public transportation station

Mtaa—Street

Mji—Town

Jiji—City

Gari—Car

Basi—Bus

Treni—Train

Ndege—Airplane

Boti—Boat

Meli—Ship

Usafiri wa maji—Marine transport

Usafiri wa anga—Air transport

Barabara—Roads

Usafiri wa ardhi—Land transport

CASUAL CONVERSATION

Jina lako nani?—What is your name?

Unaishi wapi?—Where do you live?

Ubini wako ni nani?—What is your surname?

Je unawatoto?—Do you have children?

Unawatoto wangapi? How many children do you have?

Umeolewa?—Are you married?

Mtoto wa kiume—Son, boy

Mtoto wa kike—Daughter, girl

Mjukuu—Grandchild

Mtoto—Baby

Dada—Sister

Kaka—Brother

Shangazi—Aunty

Mjomba—Uncle

Bibi—Grandmother, granny

Babu—Grandfather

COMMON WORDS

Karibu—Welcome.

Kwaheri—Goodbye.

Upendo—Love, affection.

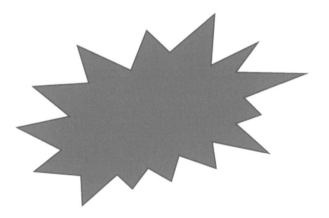

Maji—Water

Maji ya kunywa—Drinking water

Kinywaji—Drink

Chakula—Food

chai—Tea

Kahawa—Coffee

Sehemu ya kujihifadhi—Washroom

Choo—Toilet

Bafu—Bathroom

Bomba la maji—Faucets

Umefika—Arrival

Kuondoka—Departure

Safari—Journey

MOST CULTURAL WORDS USED

Ukarimu—Polite and welcoming

Umekuwa mkarimu kwangu—You have been good and welcoming to me.

Asante—Thank you.

Nakuheshimu sana—I respect you.

Nakushukuru sana—I appreciate you.

Najivunia wewe—I am proud of you.

Nimejifunza mengi—I have learned a lot.

Kujifunza—To learn

Kusoma—To read

Habari—News

Gazeti—Newspaper

Kitabu—A book

Makala—An article

Utamaduni—Traditions, culture

Ni utamaduni gani mnaouwenzi—What kind of traditions do you practice?

Ngoma za asili—Traditional dance

Ni ngoma gani nzuri hapa nchini—What traditional dance is more attractive in the country?

Nyimbo—Songs

Nimeupenda wimbo huo—I like the song.

Sijaelewa—I do not understand.

Sijaelewa maana ya wimbo—I do not understand the meaning of the song.

Ni wimbo gani mzuri kusikiliza—What is the best song to listen to?

NAMES OF PLACES

Shule—School

Chuo—College, institution

Chuo kikuu—University

Ofisi—Office

Jina la jiji—City name

Mji huu unaitwaje?—What is the name of this city?

Ningependa kwenda kutembea mjini—I would like to visit the city.

Sokoni—Grocery-shopping area

Ningependa kwenda sokoni—I would like to go grocery shopping.

Ningependa kwenda kupata kinywaji—I would like to go and have a drink.

Ningependa kwenda hotelini kupata chakula—I would like to go to the hotel and have food (lunch, dinner).

Somo lilikuwa zuri—The lecture was great.

Nimefurahishwa na kikao—I am pleased by the meeting.

Mkutano ulikuwa mzuri—The meeting was good.

Kazi—Job.

Tuanzee kazi mara moja—Let's start the work immediately.

Nimemaliza kazi—I am done with the job.

Safari inaanza punde—The journey will start shortly.

Mda wa kufurahi—Time to party

Pembe zoni mwa bahari—Beach

Bahari—An ocean

Twende bembezoni mwa bahari—Let's go to the beach.

Nina furaha—I am happy.

Nina bahati—I am lucky.

Ninafuraha kukutana nawe—I am happy to have you.

NAMES OF ANIMALS AND THINGS

Mbwa—Dog, puppy

Ngombe—Cow (cattle)   Ndama—Baby cow (calf)

Simba—Lion

Nyati—Buffalo

Tembo—Elephant

Tausi—Peacock

Ndege—Airplane

Meli—Ship

Majengo—Buildings

Utalii—Tourist

Ofisi za ubalozi—Embassy office

Ubalozi wa Kenya—The embassy of Kenya

Ubalozi wa Tanzania—The embassy of Tanzania

Mhe balozi—Honorable Ambassador

Mhe waziri—Honorable Minister

Mhe Mbunge—Honorable member of parliament

Katibu mkuu—Secretary general

Meya wa mji—Mayor

Wakili—Lawyer, advocate

Mwalimu—Teacher, instructor

Mwanafunzi—Student

Mpishi—Chief

Mwanamke—Woman

Mwanaume—Man

TOURIST CONVERSATION

Ningependa kwenda kutazama wanyama mbugani—I would like to go and see the animals at the park.

Mbuga—Park (national parks and reserves)

Wanyama—Animals

Nitapata mtu wa kunitembeza mbugani? Am I going to get a tour guide?

Safari itachukua mda gani? How long is the trip (or journey)?

Salama—Safety

Je mbugani ni salama? Is it safe at the park?

Nitapaswa kubebe chakula? Am I supposed to have a lunch bag?

Nimefurahia kuona wanyama wote wakubwa—I was excited to see all the big animals.

INVESTOR CONVERSATION

Mwekezaji—Investor

Vibali—Documents

Sheria—Laws

Taratibu—Regulations

Nigependa kwenda kuwekeza nchini kwako—I would like to go and invest in your country.

Nitahitaji vibali gani? What kind of documents will I need?

Itachukuwa mda gani kupata vibali—How long will it take to get the documents?

Wapi nitapata vibali vyote—Where am I going to get all the documents?

Je zipo sheria za uwekezaji napaswa kujua?—Are there investment laws and regulations I need to know?

Kanisa—Church

Simu ya mezani—Phone

Simu ya kiganjani—Mobile phone

Unaweza nipatia namba za simu yako za ofisi?—Can you please give me your office number?

Unaweza kunipatia namba ya simu yako ya kiganjani? Can you give me your mobile number?

HOW TO END A CONVERSATION

Asaante kwa kutukaribisha—Thank you for inviting us.

Tumekuwa na siku njea—I had a good day.

Salimia familia—Greetings to the family.

Natumaini umefurahia safari yako—I hope you have enjoyed your trip.

Safari yangu itakuwa kesho—I will travel tomorrow.

Ningependa kununua zawadi—I would like to shop for gifts.

Tiketi yangu nimepata—I got my ticket.

Dereva atanifuata hotelini—The driver will pick me up from the hotel.

Nikutakie safari njema—Wishing you a safe trip.

Karibu tena—Hope to see you again.

Asante sana! Thank you so much!

Printed in the United States
by Baker & Taylor Publisher Services